സൂര്യനെ തേടുന്നവൾ

AF518887

ബിന്ദു പി. മേനോൻ

പാലക്കാട് ജില്ലയിലെ പുലാപ്പറ്റയിൽ മേനകത്ത് ശങ്കരനാരായണന്റേയും, പാറംപറമ്പത്ത് ശാന്തകുമാരിയുടേയും മകളായി ജനനം. പഠനം കഴിഞ്ഞ് ബെംഗളൂരുവിൽ വിവരസാങ്കേതിക മേഖലയിലേക്ക് കൂടുമാറ്റം. മലയാളം ആൽബം ഗാനങ്ങൾ, കുട്ടികൾക്ക് വേണ്ടിയുള്ള അനിമേഷൻ വീഡിയോകൾ, ആനുകാലികങ്ങളിലും, ഓൺലൈൻ മാധ്യമങ്ങളിലുമുള്ള എഴുത്തുകൾ എന്നിങ്ങനെ ഭാഷയുടെ വിവിധമേഖലകളിൽ പ്രവർത്തിച്ചുവരുന്നു. 'കുട്ടിത്തങ്ങൾ' എന്ന പേരിൽ ഒരു ബാലസാഹിത്യകൃതി പ്രസിദ്ധീകരിച്ചു.

ഭർത്താവ്: അനിൽകുമാർ വാസുദേവൻ

മക്കൾ: വൈഷ്ണവി, വൈശാഖ്

സൂര്യനെ തേടുന്നവൾ

(കവിതാ സമാഹാരം)

ബിന്ദു പി. മേനോൻ

വര

വൈശാഖ് അനിൽകുമാർ

FEMINGO BOOKS
2023

വില: 120 രൂപ

Sooryane Thedunnaval
Bindu P. Menon

Malayalam Poems

Published by:-
FEMINGO BOOKS
femingobooks@gmail.com
Ph: 90740 98776, 8301034604

Cover Design:
Maxlab

Copyright:
Femingo Books

Printed in India
at Max

Edition:
First Editon November 2023

Price: Rs. 120
ISBN: 978-81-19940-20-2

No part of this book's content shall be used in any format without prior permission from the publishers. Copyright material.
All right reserved to Femingo Books, Maxlive Media Solutions Pvt Ltd

പ്രസാധകക്കുറിപ്പ്

പ്രകൃതിയും കാലവും ഇഴകോർക്കുന്ന മുപ്പത്തിയാറു കവിതകളാണ് 'സൂര്യനെ തേടുന്നവൾ' എന്ന ഈ പുസ്തകത്തിൽ ഉൾപ്പെടുത്തിയിരിക്കുന്നത്. ഓർമകളുടെ സുഗന്ധം ഈ കവിതകൾ നമ്മിലുണർത്തും. ചുറ്റുപാടുകൾ മാത്രമല്ല, സങ്കീർണമായ മനുഷ്യജീവിതവും ഇതിലെ കവിതകൾ പ്രമേയമാക്കിയിരിക്കുന്നു. ലളിതവും അതേസമയം ചിന്തോദ്ദീപകവുമായ കവിതാസമാഹാരം അനുവാചകർക്കായി സമർപ്പിക്കുന്നു.

ദുർഗ മനോജ്
ഫെമിൻഗോ ബുക്സ്

സമർപ്പണം

അച്ഛനും അമ്മയ്ക്കും

അകം

1. വെയിലത്ത് വളരേണ്ടവർ
2. ഓളപ്പരപ്പിലെ പരൽമീനുകൾ
3. ആരാണ് ഞാൻ
4. കൈവിട്ടുപോയ അക്ഷരക്കൂട്ടങ്ങൾ
5. അമ്മമധുരം
6. ഇലകളിലെ ജലകണങ്ങൾ
7. സൂര്യനെ തേടുന്നവൾ
8. എഴുത്തുലോകം
9. മൃതസഞ്ജീവനി
10. കുട്ടേട്ടൻ
11. പിറന്നാൾ
12. യോഗാമൃതം
13. ഇ–സൗഹൃദങ്ങൾ
14. കാന്താരിക്കർക്കടകം
15. സാമൂഹ്യമാധ്യമ മൂഷികൻ
16. പുലാപ്പറ്റ
17. കാലചക്രം
18. ഉറക്കക്കുറവിനുള്ള ഒറ്റമൂലി
19. സഫലം
20. ദോശ ജീവിതങ്ങൾ
21. വെയിൽപ്പെൺകിളി
22. ചിന്താഭാണ്ഡം
23. കുന്നും കുന്നിക്കുരുവും
24. പൊന്നോണപ്പൂങ്കാറ്റ്
25. ഇരുട്ടുകൊട്ടാരം

26. നീൾമിഴിപ്പൂക്കൾ
27. പുനർജ്ജനി
28. ഇരുളോർമ്മകൾ
29. മൗനക്കുടിൽ
30. വെളിച്ചക്കാഴ്ചകൾ
31. നാട്ടിലെവിടെ
32. പ്രണയചിന്തകൾ
33. ജാലകവാതിലിനപ്പുറം
34. എല്ലാമൊരു കഥ
35. ചില ചില്ലറക്കാര്യങ്ങൾ
36. ഒറ്റ

ഒന്നു പറയട്ടേ,

കുട്ടികാലത്ത്, വൈകുന്നേരങ്ങളിൽ ആകാശം നോക്കി കുളക്കര യിലിരിക്കുന്നത് പതിവായിരുന്നു. നോക്കിനോക്കിയിരുന്ന് ഞാനും ആകാശവും തമ്മിലുള്ള ദൂരം കുറഞ്ഞുകുറഞ്ഞു വന്ന് ഒന്നുകിൽ ചിറകുമുളച്ച് ഞാൻ ആകാശത്തേക്കുയരുകയോ അല്ലെങ്കിൽ ഒരു പുസ്തകം കെട്ടഴിഞ്ഞ് ഏടുകളായി വന്നുവീഴുംപോലെ ആകാശം എന്നെ വന്നു മൂടുകയോ ചെയ്തിരുന്നു. ഒടുവിൽ ഞാനും, ഭൂമി യും, ആകാശവും ഒന്നാകുന്നൊരാവേളയിൽ വിശ്വപ്രകൃതിയെന്റെ മനസ്സിൽ നിന്നും സമയകാലബോധത്തെ കൊത്തിയെടുത്ത് ഇരു ട്ടിലലിഞ്ഞിരുന്നു.

ആ നിശൂന്യാവസ്ഥയിൽ നിന്നെന്നെ വേർതിരിച്ചെടുക്കുന്ന ഒരു ശബ്ദതരംഗമുണ്ട്; അമ്മയുടെ..

“ബിന്ദൂ... നേരം ഇരുട്ടി, ഇനീം കഴിഞ്ഞില്ലേ കുളി?”

ചാടിയെഴുന്നേറ്റു ചുറ്റും നോക്കുമ്പോൾ, ആകാശം ആകാശത്തി ലേക്കും, ഭൂമി ഭൂമിയിലേയ്ക്കും ഓടിയൊളിച്ചിട്ടുണ്ടാവും. സമയ ബോധം കിളിക്കൊക്കിൽ നിന്നു രക്ഷപ്പെട്ട ഞണ്ടുകണക്കെ മന സ്സിലേക്കും പതിച്ചിട്ടുണ്ടാവും. ഒന്നു കുളിച്ചെന്നു വരുത്തി, അമ്മ യുടെ മുന്നിൽ പ്രത്യക്ഷപ്പെടുകയേ വഴിയുണ്ടായിരുന്നുള്ളൂ.

പിന്നെ, രാവേറെപ്പിന്നിടുമ്പോൾ പഞ്ഞിത്തുണ്ടുകൾ പോലെ മനസ്സിലപ്പോഴും പറ്റിപ്പിടിച്ചിരിക്കുന്ന ആകാശക്കീറുകളെ പേനത്തു മ്പുകൊണ്ട് മെല്ലെയടർത്തിയെടുത്തു കടലാസിൽ നിരത്തുന്ന സൂക്ഷ്മമായ ധ്യാനത്തിലേക്കു ഞാൻ പ്രവേശിച്ചിരുന്നു.

കാലം പോകവേ, ഋതുക്കൾ മാറിമറിയവേ, ജീവിതത്തിൽ നിന്നടർന്നു പോയ മുഗ്ദ്ധനിമിഷങ്ങളായവമാറി.

കുട്ടിക്കാലവും, നാട്ടിലെ പഠിത്തവുമെല്ലാം കഴിഞ്ഞ് ബെംഗളൂ രുവിൽ ജോലികിട്ടിയപ്പോൾ മാനത്തേയ്ക്കൊന്നു മിഴിനീട്ടാത്ത എന്നെ ആകാശം മറന്നു, എന്നെ ഞാനും...

സൂര്യനെ തേടുന്നവൾ

പട്ടണത്തിൽ നിന്നും പുറത്തുവരുന്ന അപൂർവ്വാവസരങ്ങളിൽ, പൊടുന്നനെ കൺമുന്നിൽ പ്രത്യക്ഷനായൊരാബാല്യകാല സഖാവിനോടെന്ന പോലെ ഞാൻ ആകാശത്തിന്റെ അപാരതയെ വീണ്ടും പുണർന്നിരുന്നു. എന്നാൽ അപ്പോഴോ ജോലിയും കുടുംബവുമൊക്കെയായി അതിജീവനത്തിന്റെ നാൾവഴികളിൽ നീണ്ട ഇരുപത്തഞ്ചുവർഷത്തോളം ആകാശം ഒരു വേനൽമഴയായിപ്പോലും അക്ഷരങ്ങൾ എന്നിലേക്കുതിർത്തിരുന്നില്ല.

പിന്നെയൊരു വർഷകാലത്ത്, തകർത്തുപെയ്യുന്ന മഴയിലും കാട്ടുതീയാളുന്ന മനസ്സുമായി ജനാലക്കരികിൽ നിൽക്കേ, വർഷങ്ങൾക്കപ്പുറത്തുനിന്നും ഒരു വയൽക്കാറ്റിന്റെ സാന്ത്വനസുഗന്ധം എന്റെ മനസ്സിലേക്കാഞ്ഞുവീശി. മഴയുടെ നീർക്കൈകൾ ആ രാക്കാറ്റിനോട് ചേർന്നെന്റെ മനസ്സിന്റെ ഇരുണ്ടുവരണ്ട, വിസ്മൃതിയുടെ കോണുകളിലേക്കു അക്ഷരതീർത്ഥം തളിച്ചു.

മഴതോർന്നു മാനം തെളിഞ്ഞപ്പോൾ കാലങ്ങളായി വരണ്ടുണങ്ങിനിന്നിരുന്ന എഴുത്തിന്റെ പൊടിമണ്ണിൽ മുളപൊട്ടിയിരിയ്ക്കുന്നു! വീട്ടിലെ മുകളിലെ നിലയിലെ അതേ ചെറിയമുറിയിലേയ്ക്ക് എന്റെ മനസ്സ് വീണ്ടും ചേക്കേറി.

ഇന്നിതെല്ലാം കണ്ട് ഏറ്റവും കൂടുതൽ ആഹ്ളാദിക്കുന്നത് എന്റെ അച്ഛനുമമ്മയും തന്നെയാണ്. ആ സ്നേഹസൗരഭം തന്നെയാണ് ഏറ്റവും വലിയ പ്രചോദനവും.

ഞാൻ പോലുമറിയാതെ, ഇക്കാലമത്രയും ജീവനറ്റുപോകാതെ എന്നിലാഴ്ന്നു നിന്ന വേരുകൾ പച്ചപിടിക്കുന്നതേയുള്ളൂ. ഇനിയത് വള്ളികളായി നിലത്തു പടരുമോ, മരമായി പന്തലിക്കുമോ എന്നൊന്നും പറയാനെനിക്കറിയില്ല.

എങ്കിലും, വീണ്ടും അക്ഷരപ്രപഞ്ചത്തിന്റെ മേഘത്തുണ്ടുകളെ മനസ്സിന്റെ വേനലിലേക്ക് ഇറ്റിച്ചുതന്ന കാലപുരുഷന് നന്ദി,

ചിന്തകളുടെ അരണികടയുന്ന ജീവിതത്തിലെ എല്ലാ നന്മതിന്മകൾക്കും നന്ദി, എന്നെ മനസ്സോട് ചേർത്തുനിർത്തുന്ന ഓരോരുത്തർക്കും നന്ദി.

സ്നേഹപൂർവ്വം,
ബിന്ദു പി. മേനോൻ

സൂര്യനെത്തേടുന്ന കവിത

അനിൽകുമാർ സി. പി.

കവിതകളുടെ മേളപ്പെരുക്കത്തിലൂടെ കടന്നുപോകുകയാണ് മലയാളസാഹിത്യമിന്ന്. ആവർത്തനവിരസതയൊരു ന്യൂനതയായി ആരോപിക്കപ്പെടുമ്പോഴും, ബിന്ദു പി. മേനോന്റെ കവിതകൾ അവതരണത്തിന്റെ പ്രത്യേകതകൊണ്ട് നവ്യാനുഭവമേകുന്നു. പ്രണയം, വിരഹം തുടങ്ങിയ വിഷയങ്ങൾക്കപ്പുറം ഇന്നു മനുഷ്യർ അഭിമുഖീകരിക്കുന്ന സോഷ്യൽ മീഡിയയുഗക്കാഴ്ചകളും അവർ തന്റെ കവിതയ്ക്കു പ്രമേയമാക്കി മാറ്റിയിരിക്കുന്നു.

കവിക്ക് സാമൂഹ്യപ്രതിബദ്ധത എത്രമാത്രമെന്നു ചിന്തിച്ചുഴലേണ്ടതില്ല, സൂര്യനെ തേടുന്നവൾ എന്ന കവിതാസമാഹാരത്തിൽ അത്തരം കവിതകൾ പലതുണ്ട്. ഇ- സൗഹൃദത്തെക്കുറിച്ചു പറയുന്നതു ശ്രദ്ധിക്കുക,

'കിളിവാതിൽ രണ്ടുണ്ടെൻ ഒറ്റമുറിക്കൂട്ടിൽ

ഇരുളാർന്ന, മൊഴിവാർന്ന ജീവിതക്കൂരയിൽ' എന്നാരംഭിക്കുന്ന കവിതയിൽ,

'ഒരു കിളിവാതിലീ വാട്സാപ്പിൻചെറുമുഖം

മറുകിളിവാതിലീ ഫേസ്ബുക്കിന്നഴിവാതിൽ' എന്നുപറയുമ്പോൾ, ശരിയല്ലേ ഇന്നത്തെ മനുഷ്യരുടെ ജാലകക്കാഴ്ചയെന്നാൽ അത് സോഷ്യൽ മീഡിയ ആപ്പുകളും വിരൽ തൊട്ടാൽ വിടരുന്ന ജാലകം ഫേസ്ബുക്കും തന്നെയല്ലേ?

അതുപോലെ, ഈ കവിതകൾ പ്രകൃതിയുടെ വാഴ്ത്തുപാട്ടാണെന്നും പറയേണ്ടിയിരിക്കുന്നു. അത്രയേറെ ചുറ്റുപാടിനെ നിരീക്ഷിച്ച്, കാലങ്ങൾക്കു മുന്നേ കണ്ട കാഴ്ചകൾ ഹൃദയത്തിൽ ചേർത്തുപിടിച്ചാണ് ബിന്ദു കവിത രചിക്കുന്നത്.

'കാന്താരിക്കർക്കടകം' എന്ന കവിത നോക്കുക,

'പന്ത്രണ്ടു മാസത്തിൽ കർക്കടകത്തോളം

▸ സൂര്യനെ തേടുന്നവൾ

പഴികളാൽ പേരിട്ട മാസമില്ല
കള്ളക്കർക്കടകം
കർക്കടകക്കെടുതി
പഞ്ഞമാസം
വറുതിയുടെ കറുത്തകാലം
ഇനിയുമേറെയെന്തൊക്കെ പേരുകൾ!'

എന്നു കവയിത്രി ആശ്ചര്യപ്പെടുന്നതു നോക്കൂ, എന്തിനാണി പ്പോഴും നമ്മൾ കർക്കടകത്തെ പഴിക്കുന്നത്? ഇന്ന് കർക്കടകമല്ല, മറിച്ച് ആടിമാസമാണ്, ആടിമാസ കിഴിവുകളാണ് മലയാളിക്കും കർക്കടകം. അപ്പോൾ ആ കള്ളനെന്ന, കെടുതിയെന്ന വിളിപ്പേ രിൽനിന്ന് ആ മാസത്തെ നമുക്കു മോചിപ്പിച്ചു കൂടേ?

ഇത്തരത്തിൽ നിസ്സാരമെന്ന് ഒറ്റനോട്ടത്തിൽ ചിന്തിക്കാവുന്ന, എന്നാൽ അന്തരാർത്ഥം കൊണ്ടു സമ്പന്നമായ ചെറുകവിതകളാ ണ് ബിന്ദു പി. മേനോന്റെത്.

മംഗളം വാരികയിൽ പ്രസിദ്ധീകരിച്ച, ബിന്ദുവിന്റെ ശ്രദ്ധേയമായ ഒരു കവിതയാണ് 'കാലചക്രം'.

'കാലം തിരിയവേ, മേഘമിരുളവേ
കാറ്റിൽ പലതും പലതായ് ചിതറവേ
ക്രോധമാത്സര്യമദഘോരദംഷ്ട്രയിൽ
ചോരപ്പുഴകളിൽ, ചുഴികളിൽ നാം നമ്മെ
നഷ്ടപ്പെടുന്നൊരേകാന്തപഥികനായ്
വിഷാദം പുതച്ചിരുൾ പാതകൾ താണ്ടവേ
നേരം പുലരുന്നു, കാലം തെളിയുന്നു!'

ഈ വരികൾ കാലത്തിന്റെ ഭ്രമണപഥം വളരെ കൃത്യമായി വര ച്ചിടുന്നു. ഇങ്ങനെ, വാക്കുകൾ മുത്തുകൾ പോലെ അടുക്കിക്കോർ ത്ത് കെട്ടി കവിതയെ മനോഹര പുഷ്പഹാരമാക്കി മാറ്റുന്നു ഈ കവയിത്രി.

കവയിത്രിയുടെ ഉള്ള് ഈ കവിതകളിൽ അനുവാചകർക്കു തൊ ട്ടറിയാനാകുന്നുണ്ട്. കാറ്റിനെ, കടലിനെ, തിരകളെ ചേർത്തു പിടി ക്കുന്നതു കാണുമ്പോൾ, കവയിത്രിയുടെ ഉള്ളിന്റെ നൈർമല്യം അറിയാതെ വെളിപ്പെട്ടു കിട്ടുന്നു. ആകാശത്തോടു പരിഭവം പറ യുന്ന, കൊഞ്ചുന്ന, ഒരു ചെറു പെൺകുട്ടിയെ ഈ കവിതകളിൽ നമുക്കു തിരിച്ചറിയാനാകുന്നുണ്ട്.

'സൂര്യനെ തേടുന്നവൾ' യഥാർത്ഥത്തിൽ എഴുത്തുകാരി തന്നെ യല്ലേ എന്നു സന്ദേഹപ്പെടേണ്ടതില്ല, കാരണം ആ മനസ്സ് തന്നെ

യാണ് വരികളിൽ പ്രതിഫലിച്ചിരിക്കുന്നത്.

മുപ്പത്തിയാറു ചെറുകവിതകളാണ് ഈ പുസ്തകത്തിൽ ഉൾക്കൊള്ളിച്ചിരിക്കുന്നത്. അനായാസ വായനയ്ക്കൊപ്പം ചിന്തോദ്ദീപകങ്ങളാണിവയിലെ കവിതകൾ. കവിതകൾ മരിക്കുന്നില്ല, അതു പുത്തൻ ഊർജം നേടുകയാണിവിടെ. ഈ മനോഹര പുസ്തകത്തിന് ഹൃദയം നിറഞ്ഞ ഭാവുകങ്ങൾ നേരുന്നു.

○○

"Keep your face always toward the sunshine and shadows will fall behind you."

Walt Whitman

1

വെയിലത്ത് വളരേണ്ടവർ

വെയിലത്ത് വളരേണ്ടവർ വെയിലത്തു തന്നെ വളരണം!
വരൾച്ചയിൽ നനവിന്റെ കനവും കരിഞ്ഞാലും,
കൊടുംകാറ്റിൽ ശിഖരങ്ങളൊടിഞ്ഞുവീണാലും,
പെരുമഴപ്പാച്ചിലിൽ വേരുകളടർന്നാലും,
പുഴയെടുത്താലും, കടലെടുത്താലും
വെയിലത്ത് വളരേണ്ടവർ വെയിലത്ത് തന്നെ വളരണം!

എല്ലാമടങ്ങി വെയിൽ തിരികെയെത്തുമ്പോൾ
എവിടെയെങ്കിലുമത് വീണ്ടും കിളിർക്കും
വേരിൻതുമ്പിലൊരു നീർക്കണക്കുളിർ മതി
വീണ്ടും തളിർക്കാൻ, തളിരിലയുണരാൻ

എന്നാലേറെ അരുമയാലതിനെ
കിള്ളിപ്പറിച്ചൊരു ചട്ടിയിലാക്കി
കൊഞ്ചിക്കാനോമനക്കുഞ്ഞെന്ന പോലെ
തൊട്ടും തലോടിയും മൂലയ്ക്കു വെച്ചാലോ?
പിന്നെയൊരു നാലു ദിവസം,
നാലേനാലു ദിവസം..
കഴിഞ്ഞു അതിന്റെ കഥ!
വെയിലത്ത് വളരേണ്ടവർ വെയിലത്ത് തന്നെ വളരണം!

○○

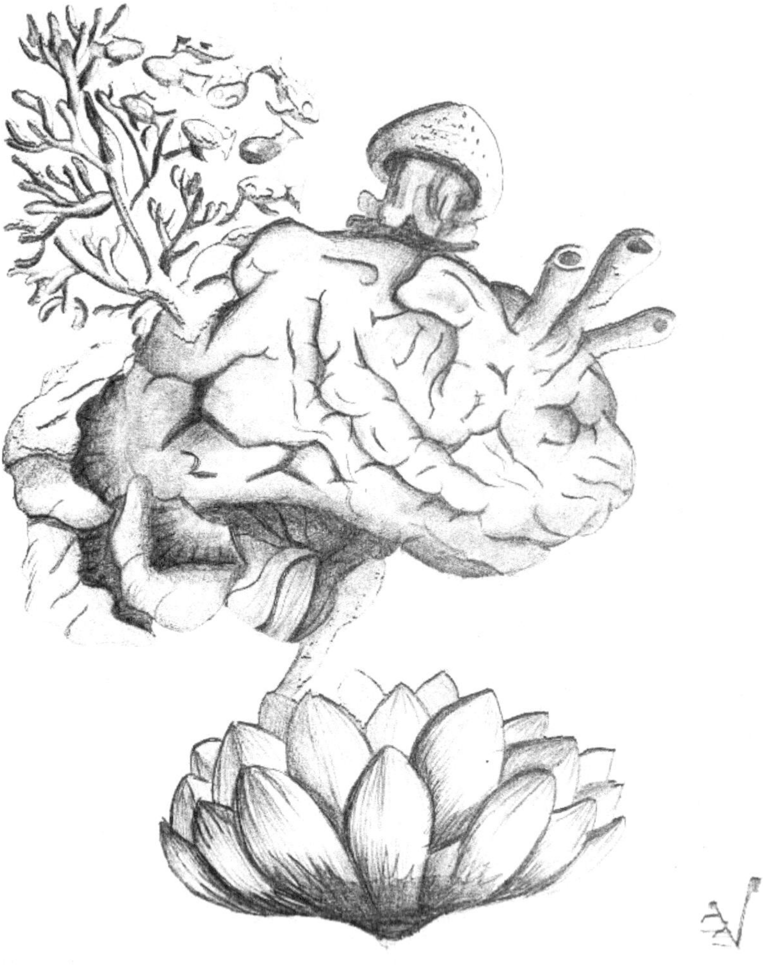

2
ഓളപ്പരപ്പിലെ പരൽമീനുകൾ

ആഴക്കടലോളമാഴങ്ങളുള്ളൊരീ
ജീവിതക്കടലിന്റെ ഓളപ്പരപ്പിലെ
തുള്ളിത്തുടിക്കും പരൽമീൻകണക്കേ
ജീവിക്കാനല്ലോ മനസ്സുകൾക്കിഷ്ടം!

ചാടിമറിഞ്ഞും, ഒളിഞ്ഞും, തെളിഞ്ഞും,
ഒത്തങ്ങുചേർന്നും, പടവെട്ടിപ്പാഞ്ഞും
കുഞ്ഞുകുഞ്ഞായ കാര്യങ്ങളെച്ചൊല്ലി
പായുമുശിരൻ തെരുവുപോരാളികൾ!

നിമിഷാർദ്ധ നേരത്തിന്നാനന്ദസിദ്ധാന്തം!
നേടിയെല്ലാമെന്നൊരുന്മാദ ചിന്തകൾ!
ആക്രോശമട്ടഹാസങ്ങൾക്കിടയിൽ
നിരായുധരാകുന്നു; വീണുതകരുന്നു

ഹാ! എത്ര വ്യർത്ഥമീ ജന്മം! നിരർത്ഥകം!
എന്നറിഞ്ഞാക്കൈമലർത്തിക്കരയവേ
നിരാശതൻ അന്ധകാരത്തിൽ നിലയ്ക്കുന്ന
ഹൃദയത്തുടിപ്പിൻ സമയമിടിപ്പുകൾ!

പിൻകുറിപ്പ്:

ഓളപ്പരപ്പിൽ നിന്നും താഴെ കടലിന്റെ അഗാധമായ മഹാസംഭരണിയിലേക്ക് നമുക്കൂളിയിട്ടിറങ്ങാം.

വിശാലതയുടെ പ്രശാന്തമായ വർണ്ണപ്രപഞ്ചത്തിലേക്ക് ഒരുമയോടെ നമുക്കു കൺതുറക്കാം, സമ്പന്നചിന്തകൾ ജന്മം നൽകുന്ന ക്രിയാത്മകതയുടെ പവിഴപ്പുറ്റുകൾ വരും നാളേയ്ക്കായ് കാത്തുവെയ്ക്കാം! ഒടുവിലാ ശാന്തിതീരങ്ങളിൽ നിന്ന് ശ്വാസമൊരു നീർക്കുമിളയായ് ഉയർന്ന്, ജലപ്പരപ്പും താണ്ടിയൊരു കാറ്റിന്റെ തുമ്പിലേറി, ആകാശച്ചെരുവിലെ താരമായ് മാറാം!

ഹാ! എത്ര ധന്യമീ ജീവിതം!

○○

3
ആരാണ് ഞാൻ?

തീ പിടിക്കുന്നൊരു ചിന്തകൾക്കുള്ളിലെ
കത്തിയെരിയും മുളംങ്കുഴലാവാം

ജന്മങ്ങൾ താണ്ടിപ്പറക്കും പറവതൻ
ചിറകിൽ നിന്നൂർന്നൊരു തൂവലാവാം

വസന്തം മടങ്ങിയ നേരമറിയാതെ
ഒറ്റയ്ക്ക് പൂത്തൊരു മുല്ലയാവാം

പെയ്യാതെ കാറ്റിൽ പറന്നുപോം കാർമേഘ-
ത്തുമ്പിലെ ഗദ്ഗദത്തേങ്ങലാവാം

മിന്നും പ്രകാശത്തിൽ മങ്ങിയ താരമാ-
മൂകാന്ധകാരെ തെളിഞ്ഞതാവാം

പ്രണയക്കൊടുങ്കാറ്റിൽ വേരറ്റു പോയിട്ടാ-
വിരഹാഗ്നിശുദ്ധിയിൽ തളിർത്തതാവാം.

OO

4
കൈവിട്ടുപോയ അക്ഷരക്കൂട്ടങ്ങൾ

എന്നേകാന്ത തീരത്തിലാരോരുമറിയാതെ
പൂക്കുമീയക്ഷരപ്പൂക്കൾക്കു ശ്വാസമായ്,
നാദമായ് ഗീതമായ് നീയണഞ്ഞു
നിൻഗാനവീചിതൻ വർണ്ണച്ചിറകേറി
വാക്കുകളാകാശ യാത്രയായി
വിരൽത്തുമ്പുവിട്ടങ്ങു ദൂരേയ്ക്കു പോയൊരെൻ
അക്ഷരക്കൂട്ടങ്ങളെ പാറിയേറുക
നാദച്ചിറകിലെ വൈഡൂര്യമാകുക

തിരികെ ഞാൻ പോകട്ടെ ഏകാന്തമൗനം
കനക്കുന്ന ശൂന്യമാമിലക്കുമ്പിളും പേറി,
നട്ടുനനയ്ക്കട്ടെ, തൊട്ടുതലോടട്ടെ
തുമ്പക്കുടങ്ങളെ, മോഹപുഷ്പങ്ങളെ
നീർത്തട്ടെ കടലാസുപുൽപ്പായയീ മണ്ണിൽ;
പുതുനാമ്പുലയുന്നൊരീറനാം ഭൂവിതിൽ

പൂമരക്കാറ്റേയെൻ പ്രാണന്റെ ചില്ലയി-
ലിക്കിളിയിട്ടു തേൻപൂക്കളിറുക്കുമോ;
അക്ഷരപ്പൂക്കളെ താഴേക്കുതിർക്കുമോ?
കൊരുക്കട്ടെ വീണ്ടും നിനക്കായി മാത്രം
സുവർണ്ണസ്വപ്നത്തിന്റെ നൂലിഴ നേർപ്പിച്ച്
പൂക്കളിഴകോർത്ത പാട്ടുമാല!

5
അമ്മമധുരം

നിഴൽ പോലെ,
നിറനിലാവ് പോലെ,
മഴപോലെ,
ഇളംമഞ്ഞുപോലെ,
തൂവാനം പോലെ,
നീലക്കടൽ പോലെ
നിലയ്ക്കാത്ത സ്നേഹമധുരം
താരാട്ടിൻ താളമധുരം
ജീവതാളമതിമധുരം
മധുരം, മധുരം, അമ്മമധുരം!

6
ഇലകളിലെ ജലകണങ്ങൾ

ഇലകളിൽ ചിന്നുന്ന ജലകണം പോലെ
ചൊടികളിൽ നിൻമൃദുഹാസം മിന്നി
ഹൃദയത്തിലൊരു ഹിമകണമുതിർന്നു
കുളിർക്കാറ്റുവന്നതു കവർന്നെടുത്തു

നിഴലുകൾ പിണയും നിറനിലാവൊളിയിൽ
നിമിഷങ്ങൾ നിറമാർന്ന പൂക്കളായി
പൂക്കളിൽ വണ്ടായ് നാമണഞ്ഞു നറും
തേനൂറുമധരത്തിൻ ചെണ്ടുലഞ്ഞു

രാവിൻ നിശബ്ദമാം പൂമരത്തണലിൽ
മേഘമൗനങ്ങൾ മഴയായ് പൊഴിയവേ
രാപ്പക്ഷികൾ പോൽ പാറിയുയർന്ന നാം
താരകവീഥിയിൽ സ്വയമലിഞ്ഞു

ഉദയതാരം കൺതുറക്കാതെ നമുക്കായ്
കിഴക്കിന്റെയോരത്ത് കാത്തുനിൽക്കേ
ഒന്നായലിഞ്ഞൊരാ ഹൃത്തിൻ മിടിപ്പുകൾ
ഇലകളിൽ ഹിമകണമായുതിർന്നു.

○○

7
സൂര്യനെ തേടുന്നവൾ

മിന്നിത്തിളങ്ങി മദിച്ചുല്ലസിച്ചങ്ങി-
രുളും പകലും പകുത്തുകുതിക്കുന്ന
മഞ്ഞച്ച ചെമ്പിച്ച തീഗോളമൊന്നൊരാ
വാനത്തിലുണ്ട് തെളിഞ്ഞും, മറിഞ്ഞും

ഉദിക്കുന്നു, ഉച്ചത്തിളപ്പിൽ തിമിർക്കുന്നു
കാർമേഘവാനിലൊളിക്കുന്നു, ചിന്നുന്നു
ചക്രവാളങ്ങൾ ചുവന്നങ്ങിരുളുന്നു
തീക്കനലായിക്കടലിലൊടുങ്ങുന്നു

പക്ഷെ ഞാൻ തേടുന്ന വാനിലെ സൂര്യ-
നിതല്ല, വെറും ജ്വാലയല്ലൊരു ഗോളവും..

അധർമ്മങ്ങളിൽ, ചോര ചിന്തുന്നിടങ്ങളിൽ
ആർത്തനാദങ്ങളിൽ, യുദ്ധക്കളങ്ങളിൽ
രാക്ഷസക്രൗര്യങ്ങളിൽ പിഞ്ചുകണ്ണുകൾ
ദൈന്യത പുൽകി മരിക്കുന്നിടങ്ങളിൽ,

മൂകമായ്, സാക്ഷിയായ് നിൽക്കുന്ന തീഗോള-
മല്ലെന്റെ രക്ഷകൻ, ഹൃദയപ്രകാശകൻ
ക്ഷീരപഥത്തിലസംഖ്യം ഗ്രഹങ്ങളിലൊട്ടു-
വലുതൊന്നു മാത്രമീ ഭാസ്കരൻ

▶ സൂര്യനെ തേടുന്നവൾ

അസ്തമിച്ചാലും കിഴക്കിന്റെയോരത്തി-
രുളിൻ തുടിപ്പാർന്നുദിക്കുവാൻ വെമ്പുന്ന
ഗായത്രിയൂർജ്ജ പ്രദായിനിയായൊരാ
സ്നേഹക്കതിരോനെ നീയിന്നെവിടെ?

മനസ്സിന്റെ മൺകുടിൽ വാതിൽ തുറന്നെന്റെ
ആത്മപ്രകാശമാം കുഞ്ഞുസൂര്യക്കണ്ണിൽ
ശക്തിപ്രഭാവമായ് പൊന്നൊളി തൂകുവാൻ
പ്രപഞ്ചമേ, കാരുണ്യമൂർത്തേ കനിയണേ

ആ സൂര്യകാന്തിയിൽ, തീജ്വാലശോഭയിൽ
ആത്മാഭിമാനത്തിൻ ഉത്തുംഗശൃംഗത്തി-
ലെന്നിടം തീർത്തതിൻ ചുറ്റുമദൃശ്യമാം
കോട്ടയുയർത്തിയുറങ്ങട്ടെ ശാന്തമായ്

○○

8

എഴുത്തുലോകം

എഴുത്തിന്റെ ഉന്മാദലഹരിയറിയാൻ
എഴുതിമദിച്ചു സ്വയം മറക്കാൻ
എഴുതട്ടെ ഞാനെനിക്കായി മാത്രം
എഴുത്തുലോകത്തിലേകാന്തമായി

വാക്കുകൾ കീറിപ്പറിച്ചോട്ടക്കണ്ണിട്ട്
വരികളെക്കുത്തിമറിച്ചും, വളച്ചും
എഴുത്തിലുറങ്ങുമൊരാത്മാവിനെയു-
മുണർത്തിക്കുടൽമാലയാകെപ്പറിച്ച്
ആനന്ദനൃത്തങ്ങളാടുന്നവർക്കിടെ
എഴുതട്ടെ ഞാനെന്റെ
ഉൾക്കണ്ണിൻ തിരിനീട്ടി,
ഇരുളിന്റെ മഷിതൊട്ട്,
ഹൃദയത്തിനുൾത്താളിൽ...

○○

9
മൃതസഞ്ജീവനി

നഷ്ടങ്ങളന്തരാളത്തിലെത്തീയല്ല, ജീവന്റെ സഞ്ജീവനി
നഷ്ടങ്ങളെല്ലാമതിജീവനത്തിന്റെ നിത്യസ്മൃതിപഥങ്ങൾ
നഷ്ടങ്ങളോർമകൾ താളംപിടിക്കുന്ന ഹൃദയപ്രവാഹമല്ലേ
നഷ്ടങ്ങളില്ലാ ജീവിതമെന്തൊരപൂർണ്ണ പ്രയാണമാണേ

എങ്കിലും.. എന്നിരുന്നാലും...

ഓർമകളുടെ നാരായവേരുകൾ വറ്റുന്ന
കാലമണഞ്ഞിടാം എപ്പോഴുമാരിലും
മഞ്ഞിൻ ശിലയായിട്ടുൾത്തടം മാറുന്ന
നേരത്തൊരോർമ്മയുമില്ല, നഷ്ടങ്ങളും

വെറും....

ശ്വാസത്തിൻ നിർജ്ജീവതാളങ്ങൾ മാത്രം
ആർക്കോ മിടിക്കുന്ന ഹൃത്തൊന്നു മാത്രം
കരിന്തിരികത്തും കൺകോണുകൾ മാത്രം
ഇരുൾപൂണ്ട വന്യമൗനങ്ങൾ മാത്രം
വെറും, ഇരുൾ പൂണ്ട വന്യമൗനങ്ങൾ മാത്രം!

ഓർത്തൊന്നു വിങ്ങിടാനാവാത്ത നേരത്താ-
നഷ്ടസുഗന്ധങ്ങളെ നിങ്ങൾ ജീവന്റെ
സ്പന്ദനമായിത്തിരികെ അണയുക
നക്ഷത്രക്കൂട്ടങ്ങളായിട്ടാ ചിത്തത്തി-
ന്നാകാശക്കോണിൽ മിഴിചിമ്മി നിൽക്കുക

ഇനിയൊരു ജന്മത്തിലേക്കുള്ള ജീവന്റെ
ആകാശയാത്രയിൽ ഊർജമായ് മാറിടാൻ
നഷ്ടങ്ങളെ നിങ്ങൾ കൂടെയുണ്ടാവണം
നഷ്ടങ്ങളെ നിങ്ങൾ നിത്യനിതാന്ത നിശബ്ദ സഹയാത്രികർ!

(കേരളകൗമുദി പത്രത്തിൽ പ്രസിദ്ധീകരിച്ചത്.)

○○

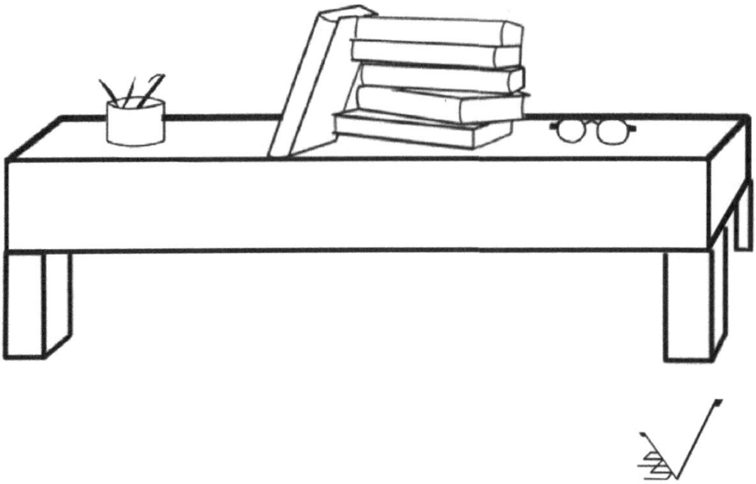

10
കുട്ടേട്ടൻ

ഇഹപരനേട്ടങ്ങൾ വെട്ടിപ്പിടിക്കാൻ നെട്ടോട്ടമോടുമ്പോൾ
ഇതൊക്കെത്തന്നെ ജീവിതമെന്നും,
ഇതിനൊക്കെ വേണ്ടിത്തന്നെയീ ജീവിതമെന്നും
ചിന്തിച്ചാലതിലതിശയോക്തിയൊന്നുമില്ല!
എന്നാലിതൊന്നുമല്ല നമ്മളെ യഥാതഥമായ്
നേർവഴി നയിക്കുന്നതെന്ന തിരിച്ചറിവ്;
അതുണ്ടാകുന്നതെപ്പൊഴെന്നോ?
ചില നഷ്ടങ്ങൾ മനസ്സിന്റെയുള്ളറയിൽ തീർക്കുന്ന
ശ്വാസംമുട്ടിക്കുന്ന ശൂന്യതയിലൂടെയാണ്
നമുക്ക് ചുറ്റുമൊരുചെറുചിരിയോടെ,
അറിവിലൂടെ, ആശ്വാസവാക്കുകളിലൂടെ,
പ്രാർത്ഥനകളിലൂടെ, സുഖ-ദുഃഖങ്ങളിലൂടെ
കാലങ്ങളോളമവർ കൂടെനടക്കുമ്പോൾ
ആ കാൽപ്പെരുമാറ്റങ്ങൾ പലപ്പൊഴും
ശ്രദ്ധിക്കാതിരുന്നിട്ടുണ്ടാവാം...
പക്ഷേ, ഒരിക്കലത് നിലയ്ക്കുമ്പോൾ
പൊടുന്നനെയോർമ്മകളുടെ പെരുവെള്ളപ്പാച്ചിലിൽ
മുങ്ങിത്താഴുന്ന മനസ്സിനെ നിസ്സഹായമായങ്ങിനെ
നോക്കിനിൽക്കാനല്ലാതെ മറ്റെന്തിനാവും?
പലതിനും പിറകെയോടിയിരുന്ന മനസ്സൊരു-
നിമിഷനേരംകൊണ്ട് വിറങ്ങലിച്ചുമരവിക്കുമ്പോൾ
തീരാനഷ്ടങ്ങൾ തിരിച്ചറിവുകളാകുന്നു.
ജീവിതംകൊണ്ടൊരുപാട് കാര്യങ്ങൾ പഠിപ്പിച്ചവർ
മരണത്തിലൂടെയും
പാഠങ്ങൾ പകർന്നുകൊണ്ടേയിരിക്കുന്നു;
കുട്ടേട്ടനെപ്പോലെ....

11
പിറന്നാൾ

ഓരോ പിറന്നാളുമീജന്മ നാക്കിലയി-
ലോർമ്മകൾ വിഭവങ്ങളായ് വിളമ്പുന്നു
ഈ പുത്താണ്ടിന് പോയാണ്ടൊരു പുതു-
പാചകസൃഷ്ടി; ഒരോർമ്മച്ചുടുകറി!
ഓരോന്നും ഹാ! രുചിയെത്രവിചിത്രം!

എത്ര രുചിഭേദമായിരുന്നാലുമെൻ
ഓർമ്മതന്നറ്റത്തെ ഉമ്മറക്കോലായിൽ
അമ്മ മടിയിലിരുത്തിയങ്ങൂട്ടിയ
നെയ്യുരുളക്കൊപ്പമാകുമോ ഇന്നിന്റെ
ആവിപറക്കുന്ന പുത്തനാമോർമ്മകൾ!

○○

12
യോഗാമൃതം

ചരടുകളില്ലാ പട്ടങ്ങൾ പോൽ
മനമിതു പാരിൽ പാറിയുയർന്നും
നാടുകൾ, മേടുകൾ താണ്ടിയലഞ്ഞും
കാലുകളിടറിയുലഞ്ഞു മറിഞ്ഞും
അലകടലായിട്ടാർത്തു കരഞ്ഞും
പലവഴി പാഞ്ഞിട്ടൊരുദിനമെങ്ങോ
ഇമകളടഞ്ഞു തളർന്നു പിടഞ്ഞി-
ട്ടൊരുവഴിയോരത്തങ്ങത് തീർന്നെ-
ന്നൊരു ചെറുവാർത്തയിലലിയും മുന്നേ...

അതെ,

ചരടുകളില്ലാപട്ടങ്ങൾ പോ-
ലുള്ളൊരു പാച്ചിലിനിടയിലകാല-
ത്തൊരു വഴിയോരത്തങ്ങത് തീരും-
മുന്നെയകക്കാമ്പറിയാം, ഉണരാം

യോഗ,

ശരീരത്തിനെയും, മനസ്സിനെയും
ശ്രുതിശുദ്ധമായൊരു താളലയത്തിലൂടെ
ഏകോപിക്കുന്ന അമൃത്.

13
ഇ – സൗഹൃദങ്ങൾ

കിളിവാതിൽ രണ്ടുണ്ടെൻ ഒറ്റമുറികൂട്ടിൽ
ഇരുളാർന്ന, മൊഴിവാർന്ന ജീവിതക്കൂരയിൽ
മഴച്ചാറ്റലേൽക്കാത്ത, വെയിലേറ്റു വാടാത്ത
വിടരാത്ത കൊഴിയാത്ത മോഹപുഷ്പങ്ങളെ
തഴുകിത്തലോടിയിരിക്കുന്നൊരീ കുഞ്ഞു-
കുഞ്ഞാറ്റക്കിളിക്കായൊരൊറ്റ മുറിക്കൂട്
ഒരുകിളിവാതിലീ വാട്സാപ്പിൻ ചെറുമുഖം
മറുകിളിവാതിലീ ഫേസ്ബുക്കിന്നഴിവാതിൽ

ഇരമ്പുന്ന ജീവിതത്താളങ്ങളും, പാട്ടു-
മേളങ്ങളും വർണ്ണഘോഷങ്ങളും, നൃത്ത-
മാടുന്ന രക്തദാഹങ്ങളും, മൃത്യു
പൂക്കുന്ന രാത്രിതന്നന്ത്യയാമങ്ങളും..

കലാപപ്പെരുങ്കടൽ ആർത്തുതല്ലുന്നതും,
ഭീതികൊടുങ്കാറ്റാഞ്ഞു വീശുന്നതും
അറിയുന്നു ഞാനീ കിളിവാതിലിൻ ചാരെ
മിണ്ടാതെ, മൂളാതെ, മിഴിനീട്ടി നിൽക്കവേ
കാറ്റിൽ പറന്നെൻ ജനാലക്കകത്തേയ്ക്കും
വീഴുന്നു ട്രോളുകൾ, ഫോർവേഡിൻ ചീളുകൾ
ബന്ധങ്ങൾ, പ്രണയങ്ങൾ, സൗഹൃദക്കൂട്ടുകൾ
എന്തുമീവിരലിന്റെ തുമ്പോളമായ് മാത്രം.

ഒരു കൊടും കാറ്റിലെൻ കുടിലമർന്നടിഞ്ഞെങ്കിൽ
ഒരു പ്രളയത്തിരയെന്റെ കിളിവാതിലുടച്ചെങ്കിൽ
ഇ-സൗഹൃദകൂട്ടിൽ നിന്നാരെങ്കിലും വന്നാ-
വെയിൽപ്പൂ നിറവിലേക്കെന്നെ നയിച്ചെങ്കിൽ

കൈകോർത്തു പോയിട്ടാ കാപ്പിക്കടയിലെ
സല്ലാപക്കപ്പിലെ മധുരം നുണഞ്ഞെങ്കിൽ!
കാറ്റിൻ ചിറകേറി മേഘങ്ങൾക്കിടയിലൂ-
ടാകാശയാത്രയിൽ കൂട്ടായിരുന്നെങ്കിൽ!

14
കാന്താരിക്കർക്കടകം

പന്ത്രണ്ടു മാസത്തിൽ കർക്കടകത്തോളം
പഴികളാൽ പേരിട്ട മാസമില്ല
കള്ളക്കർക്കടകം
കർക്കടകക്കെടുതി
പഞ്ഞമാസം
വറുതിയുടെ കറുത്തകാലം
ഇനിയുമേറെയെന്തൊക്കെ പേരുകൾ!
ഇന്ന് കാലവും മാറി, കോലവും.

കാലം മാറിപ്പെയ്യും പ്രളയപ്പെയ്ത്തുകൾക്കിടയിൽ
ഇനിയെന്ത് 'കർക്കടകപ്പെയ്ത്'?
കൃഷിയും, കർഷകനും കഥയാകുന്ന നാട്ടിൽ
വിളവില്ലാത്ത മാസമെന്നൊരീ പേരിനെന്തർത്ഥം?
അന്യനാട്ടിൽ നിന്നരിയൊഴുകും നാട്ടിൽ,
കുടിയേറ്റപ്പാച്ചിലിൽ നാടൊഴിയും നാട്ടിൽ
ഇനിയെന്തൊരു 'ദാരിദ്ര്യക്കഞ്ഞി'?
കാലഭേദമില്ലാതെ കൊടുംവ്യാധികൾ
കൊടികുത്തി വാഴുമിടത്തിലിനിയെന്തിനൊരു
വർഷഋതുചര്യ, കർക്കടക ചികിത്സ?

കള്ളക്കർക്കടമേ... ഇനിയെങ്കിലും
നിന്റെയീ പേരൊന്ന് മാറ്റട്ടെ..
കരിനീലക്കർക്കടകം!
കാർത്തുമ്പിക്കർക്കടകം!
കാർവർണ്ണക്കർക്കടകം!
കാന്താരിക്കർക്കടകം!

(പുഴ.കോം ഓൺലൈൻ മാഗസിനിൽ പ്രസിദ്ധീകരിച്ചത്.)

○○

15
സാമൂഹ്യമാധ്യമ മൂഷികൻ

ദിനരാത്രങ്ങളെ കീറിമുറിച്ചു-
വർഷങ്ങളെക്കാർന്നു തിന്നുന്നൊരീ
സാമൂഹ്യമാധ്യമ മൂഷികൻ
സോഷ്യൽ മീഡിയ അഡിക്ഷൻ

സാങ്കേതികത്വത്തിൻ ചങ്ങലക്കൂടിതി-
ലെന്തൊക്കെ കാഴ്ചകൾ കൂത്തുകൾ കേൾവികൾ
അതിന്നജ്ഞാത കൈകളിൽ പെട്ടതറിയാതെ
വീണ്ടുമഡിക്ഷനിൽ മൂക്കുകുത്തും ജനം

പോസ്റ്റുകളുടെ വലയെറിഞ്ഞാർത്തു ചിരിക്കുന്നു
ലൈക്കും കമന്റുമായ് ചാകര കോരുന്നു
വാനവും ഭൂമിയുമല്ലാതെ മറ്റൊരു
ലോകമീക്കണ്ണഞ്ചും ഓൺലൈൻപ്രപഞ്ചം!

വാക്കുകൾക്കൊണ്ടങ്ങ് അമ്മാനമാടി
വിരൽത്തുമ്പു ലോകത്തെ രാജാക്കളായവർ
എലിപോലെയുള്ളത് മലപോലെയാക്കി-
പ്പെരുപ്പിച്ചു ഗീർവാണം വിട്ടുനടക്കുന്നോർ

ഞാനിവിടെയെങ്ങുമില്ലേ എന്ന ഭാവത്തിൽ
ഓട്ടക്കണ്ണിട്ട്, എല്ലാം കണ്ടോണ്ട്
പരതിപ്പെറുക്കി പറഞ്ഞുപരത്തുന്ന
മറ്റൊരു കൂട്ടരീ 'ഗോസിപ്പടി വീരർ'

വാണിജ്യ-വ്യവസായ-രാഷ്ട്രീയ വലകളു-
മാളെപ്പിടിക്കും ചിലന്തിവലകളും
ചുറ്റും അദൃശ്യം പിടിമുറുക്കുന്ന-
തറിയാതെ കാൽ തെന്നിവീണു തീരുന്നവർ

ഇതിനെല്ലാം പുറകിലൊരാർത്തനാദം
'ആർത്തനാദം'
നിർവികാരം തീർത്ത മൺപുറ്റിനുള്ളിലാരോരു
മറിയാതൊരാർത്തനാദം

ആരുടെ?

കുളിക്കാതെയുണ്ണാതുറങ്ങാതെ
കീറിപ്പറിഞ്ഞൊരു മുണ്ടിന്റെ
തുണിയുമരയിലൊതുക്കിപ്പതറി
ചിതറിത്തെറിക്കും മുടിയും പറത്തി
പലവഴിയോടുന്ന,
ദിക്കും ദിശയുമറിയാതെ പായുന്ന
ജീവിതമെന്നൊരനാഥൻ
നമ്മുടെ
ജീവിതമെന്നൊരനാഥൻ!

(സോഷ്യൽ മീഡിയ അഡിക്ഷൻ ഒരു മനോരോഗത്തിന്റെ തലത്തിലേക്കു പോയവരെ ഉദ്ദേശിച്ചു മാത്രം എഴുതിയത്.)

○○

16

പുലാപ്പറ്റ

തിരക്കിലെത്ര ഞാനൊറ്റയായാലും
തിരക്കൊഴിഞ്ഞുഞാനൊറ്റയായാലും
തിരിഞ്ഞുനോക്കാനും, തിരിച്ചുപോകാനും
തിരിയൊട്ടുമണയാതെയെൻ പുലാപ്പറ്റ!

ജീവന്റെ തായ്‌വേര് നീരിനായ് നീളുന്ന
മണ്ണിത്, സ്നേഹം കിനിയുന്ന നാടിത്
ഓർമ്മകൾ പൂക്കുന്ന നാട്ടുവഴികളിൽ
ജന്മപുണ്യങ്ങളെ പുൽകുന്നു ഞാനിതാ...

പിച്ചവെച്ചീമൺതരികളെ കൈയ്യി-
ലെടുത്തു കളിച്ചുമറിഞ്ഞും വളർന്ന ഞാൻ
വേച്ചുവേച്ചങ്ങു നടക്കുമാനേരത്തും
പുലാപ്പറ്റയെന്നെപ്പുണരട്ടെ ശാന്തമായ്!

○○

17
കാലചക്രം

സ്നേഹവസന്തങ്ങൾ പൂത്തു നിറയുന്ന
പൂന്തേൻ നിലാവും, പകലും, ത്രിസന്ധ്യയും
ചുറ്റും കിരണങ്ങൾ, ശോഭകൾ, വർണ്ണങ്ങൾ
ഹാ! ഈ ലോകമേ നീയെത്ര സുന്ദരം!

പക്ഷെ ഈ കാലചക്രത്തിൻ കറക്കങ്ങൾ
എന്നുമീവാസന്ത കാന്തിയുണർത്തുമോ?
എന്നുമീരാവിൽ നിലാവ് വിടർത്തുമോ?

കാലം തിരിയവേ, മേഘമിരുളവേ
കാറ്റിൽ പലതും പലതായ് ചിതറവേ
ക്രോധമാത്സര്യമദഘോര ദംഷ്ട്രയിൽ
ചോരപ്പുഴകളിൽ, ചുഴികളിൽ നാം നമ്മെ
നഷ്ടപ്പെടുന്നൊരേകാന്തപഥികനായ്
വിഷാദം പുതച്ചിരുൾ പാതകൾ താണ്ടവേ
നേരം പുലരുന്നു, കാലം തെളിയുന്നു!

പക്ഷെയാ പുലരിതന്നരുണാഭ പുണരുവാ-
നാവാതെ ഇരുളിൻ കരങ്ങളിലാണ്ടൊരാ-
മനസ്സിനെ തട്ടിയുണർത്തി വിളിക്കവേ
ദിക്കു തിരിയാതതിൻ മിഴി പൂട്ടുന്നു
മൗനമുറയുന്ന മച്ചകപ്പുരകളിൽ

വീണ്ടുമിരുൾ തേടി ചിന്തയലയുന്നു
വീണ്ടുമഴലിൽ മനം ചാഞ്ഞുറങ്ങുന്നു

ഇരുളും വെളിച്ചവും, കാറ്റും കൊടുങ്കാറ്റും
മഴയും, വരൾച്ചതൻ തീച്ചൂടുകാലവും
മാറിമറിഞ്ഞു തിമിർക്കുന്ന ജീവിത-
പ്പുരകളിൽ തെളിയട്ടെ തൂക്കുവിളക്കുകൾ
തിരികെടാതെന്നും പ്രകാശമൊഴുകട്ടെ

പ്രഭതൂവി നിൽക്കട്ടെ ശാന്തിതൻ നാളങ്ങൾ
സ്മിതമാർന്നുണരട്ടെ സ്നേഹപുഷ്പങ്ങളും!
(മംഗളം വാരികയിൽ പ്രസിദ്ധീകരിച്ചത്.)

○○

18
ഉറക്കക്കുറവിനുള്ള ഒറ്റമൂലി

ഓരോരുത്തരുടേയും മനസ്സ് ഒരടുക്കളയാണ്
വിധത്തിലും, തരത്തിലും,
ആവശ്യത്തിനും, അനാവശ്യത്തിനും
ചിന്തകളെ വെട്ടിനുറുക്കി, അരച്ചുകലക്കി,
ഇടിച്ചും, പൊടിച്ചും, പച്ചക്കും, വേവിച്ചുമെല്ലാം
പാചകം ചെയ്യപ്പെടുന്നൊരടുക്കള!

കാലത്തുണരുന്ന നേരംമുതൽ
തീ പുകഞ്ഞുയരുന്നൊരടുക്കള
പിന്നീടങ്ങോട്ടൊരുക്കലും, വെയ്ക്കലും
ചിന്ത പുകയും മനസ്സിന്നടുക്കള!

അമിത പാചകം...
അശ്രദ്ധ പാചകം..
അരോചക പാചകം
ആകപ്പാടൊരു പുകയും, കരിയും, പൊടിയും!

അന്തം വിട്ടൊരു പടുപണി ചെയ്ത്
ചളുങ്ങി, ഉടഞ്ഞൊരു ചട്ടീം കലവും
തേച്ചുമിനുക്കി കഴുകിയ കാലം
ഓർമയിലെങ്ങും എവിടെയുമില്ല!

അയ്യോ... ഇന്നും പാലുപിരിഞ്ഞു!
എന്നും കാലത്തീക്കഥ മാത്രം

എന്താ കഥ!
അതെ, അനാവശ്യമായ ചിന്താപാചകത്തിന്റെ,

ചിന്താപാതകത്തിന്റെ കഥകളാണെന്നും!
അമിതമായൊരാ പാചകാവശിഷ്ടങ്ങൾ
ചീഞ്ഞുദുഷിച്ചൊരു കൂനകളായി
മുറ്റം നിറയെ, തൊടി നിറയെ....

ഇതിനിടയിൽ,
ആർക്കെന്നറിയാതെ, എന്തിനെന്നറിയാതെ
കാലദേശങ്ങളെ തെല്ലും അറിയാതെ
ചിന്ത വറുത്തു പൊരിച്ചു തളർന്നു-
വിയർത്തു വലഞ്ഞൊരു മാനവ വീരർ
നിത്യ നിരന്തര പാചക വീരർ

അതുകൊണ്ട്,
അടുക്കും, ചിട്ടയും, വൃത്തിയും, വെളിച്ചവുമുള്ള
ഒരു കുഞ്ഞടുക്കളയാവട്ടെ നമ്മുടെ മനസ്സ്

നമുക്കും, നമുക്ക് ചുറ്റുമുള്ളോർക്കും നന്മ വിളമ്പാൻ
ലളിതമായൊരു ചിന്താപാചകം ശീലമാക്കാം
അല്പസ്വൽപ്പമുള്ള പാചകാവശിഷ്ടങ്ങളെ,
ദുഷ്ച്ചിന്തകളെ സ്വയം കുഴിച്ചുമൂടാം...

ദീർഘായുസ്സിന്, സ്വസ്ഥമായ ഉറക്കത്തിന്
ഇതിലും നല്ലൊരു പരിഹാരം വേറെയില്ല!

○○

19
സഫലം

അക്ഷരക്കൂട്ടമമർന്നും പുണർന്നും
മനസ്സിന്റെ ആഴപ്പരപ്പിൽ പിറക്കുന്ന
വാക്കുകൾ, ചിപ്പികൾ, കൗതുകച്ചെപ്പുകൾ!
തിരയോട് ചേർന്നങ്ങുകരയോളമെത്തുന്ന
മണലിൽ തിളങ്ങിക്കിടക്കുന്ന വാക്കുകൾ

വലുതും ചെറുതും, കറുപ്പും വെളുപ്പും
എന്തൊക്കെ വർണ്ണങ്ങളേതൊക്കെ ഭാവങ്ങൾ!
എന്നിരുന്നാലുമാചിപ്പിതന്നുള്ളിൽ തി-
ളങ്ങുന്ന ഹൃത്തിന്റെ മുത്തോളമത്രയും
വലുതല്ല മറ്റൊന്നുമീക്കടൽ സൃഷ്ടിയിൽ

പൊള്ളയാം ചിപ്പികൾ മാലയായ് കോർത്തി-
ട്ടലങ്കാരമോടെയണിയുന്നതോ? കൈ-
ക്കുമ്പിളിൽ പേറുന്ന ചെറിയൊരു മുത്തിന്റെ
കാന്തിയിൽ കൺകൾ ജ്വലിക്കുന്നതോ?

ഏതാണമൂല്യമെന്നറിയുന്ന കാലത്ത്
നെല്ലും, പതിരും തിരിയുന്ന നേരത്ത്
സഫലമാകുന്നു നാം താണ്ടിയ പാതകൾ
ഹൃദയത്തുടിപ്പുകൾ പേറുന്ന ചിപ്പികൾ
നിറയുന്നതാവട്ടെ ബന്ധങ്ങളൊക്കെയും

൦൦

20
ദോശ ജീവിതങ്ങൾ

അരിയുഴുന്നുലുവകളുടെ ഗുണഗണങ്ങളും,
ശുദ്ധിയുടെ വെണ്മയുമെല്ലാം തികഞ്ഞൊരു
പരിശുദ്ധമായ ദോശമാവ്!

ആട്ടുകല്ലുകളുടെ നിർദാക്ഷിണ്യ
ആട്ടലുകൾക്കിടയിൽപ്പെട്ട്
പ്രതാപത്തിന്റെ ധാന്യരൂപം വിട്ട്
ഫ്ലെക്സിബിലിറ്റിയുടെ ദ്രവരൂപംപൂണ്ട
ദോശമാവ്!

പക്ഷേയിതൊക്കെ പറഞ്ഞിട്ടെന്ത് കാര്യം?!
നമ്മുടെയൊക്കെയീ ജീവിതം പോലെതന്നെ
കഷ്ടമാണീദോശജീവിതങ്ങളും..

എത്രയൊക്കെ മാറിക്കൊടുത്താലും
ലോകോത്തര അഡ്ജസ്റ്റ്മെന്റുകൾ നടത്തിയാലും
ജീവിതത്തിന്റെ ചുട്ടുപഴുത്ത
ഇരുമ്പുകല്ലുകളിൽ വീണ്,
ഉരുണ്ടും, ഉണങ്ങിയും, അരികുകരിഞ്ഞും,
ചട്ടുകത്തുമ്പിൽ കിടന്നുപിടഞ്ഞും,
എന്നിട്ടും പൊട്ടാതെ, പൊടിയാതെ
അതിജീവിക്കുമ്പോൾ മാത്രമല്ലേ ദോശ
'ശരിയായ' ദോശയാകുന്നത്?!

ത്യാഗോജ്ജ്വലമായിട്ടിത്രയും നേടിക്കഴിഞ്ഞാലോ?
പിന്നെ ആയുസ്സിന്റെ നീളം,
പ്രസ്റ്റീജ് പാനിൽ നിന്നും പിഞ്ഞാണം വരെ മാത്രവും!

○○

21
വെയിൽപ്പെൺകിളി

ശൂന്യത പെയ്തുകുതിർന്ന മനസ്സി-
ലിരുട്ടുവളർന്നു പടർന്നുപരക്കെ
പാതിശ്വാസമണഞ്ഞൊരു ഹൃദയം
മഞ്ഞിൻശിലയായ് മാറുംനേരം-
മുണർന്നൂ ഞാനൊരു കിളിമൊഴിയിൽ

മിഴിയിൽ കത്തും വെട്ടവുമായെ-
ന്നക്ഷരമാകെ ക്ഷയിച്ചൊരുഹൃത്തിൽ
ഓലച്ചീന്തുമെഴുത്താണിയുമാ-
കൊക്കിലൊതുക്കിയണഞ്ഞൂ ചാരെ
വെയിലിൻ തങ്കപ്പെൺകിളിയാൾ

എഴുതൂ ചാരുവെയിൽപ്പക്ഷീയെൻ
ബോധത്താമരയിതളിലിരുന്നീ
ചിത്തക്കടലിൽ ഒളിവീശിത്തൂ-
വെൺപ്രാവുകളെത്തഴുകിയുണർത്തി
എഴുതൂ എഴുതിനിറഞ്ഞൊഴുകൂ.

○○

22
ചിന്താഭാണ്ഡം

ഭാരം ചുമന്നും, കിതച്ചും, തളർന്നും,
മനസ്സാകെ തീയിലമർന്നും, പിടഞ്ഞുമീ
തിക്കിൽതിരക്കിലാ തീവണ്ടിയും കാത്ത-
നന്തമാം പാളത്തിൽ കൺനട്ടു നിൽക്കവേ
കാറ്റിന്റെ തുമ്പേറി വന്ന മഴച്ചാറ്റൽ
പോലുമെന്നുഷ്ണമനസ്സിലദൃശ്യമായ്

കൂകിക്കിതച്ചെത്തിയാപ്പെരും വണ്ടിയി-
ലേറിയെൻ ചിന്തതൻ ഭാണ്ഡങ്ങളോരോ-
ന്നടുക്കിപ്പെറുക്കിയൊതുക്കി ജനാല-
യ്ക്കരികെ വിയർത്തങ്ങിരിക്കവേയോർത്തുപോയ്

ജീവിതപ്പാളങ്ങൾ താണ്ടിക്കുതിക്കുമീ
ഹൃദയതാളങ്ങൾങ്ങൾക്കൊരേ താളമല്ലയോ!

○○

23
കുന്നും കുന്നിക്കുരുവും

ഇന്നിനെക്കുറിച്ചുള്ള നാളത്തെ പറച്ചിലൊന്നും
ഇന്നോളം വരില്ല;
നാളെയത് പൊടിപ്പും, തൊങ്ങലും ചേർത്തൊരു
കഥ മാത്രം,
നാളുകൾക്കപ്പുറമതൊരു ചരിത്രത്തുണ്ട്!

കാലചക്രങ്ങൾക്കിടയിൽ
കൈകളിൽ നിന്ന് കൈകളിലേക്ക്
സ്ഥാനമാറ്റം ചെയ്യപ്പെട്ട്,
വെട്ടിത്തിരുത്തിയനേകം തരങ്ങളിൽ
വീണ്ടുമെഴുതിയ
ഓർമകളുടെ കുത്തഴിഞ്ഞ പുസ്തകങ്ങൾ;
പുസ്തക'പ്രതികൾ'!

നാളെ,
കുന്നിക്കുരുവൊരു കുന്നായ് മാറാം
കുന്നായുള്ളത് കുന്നിക്കുരുവും
സത്യമായുള്ളതീ നിമിഷാത്മസൗരഭം;
ഈ നിമിനേരത്തുതിർന്ന കണ്ണീർക്കണം.

ഠഠ

24
പൊന്നോണപ്പൂങ്കാറ്റ്

മഞ്ഞപ്പൊൻവെയിലിൽ മന്ദാരം പൂത്തുവിടർന്നേ
നന്മക്കതിരൊളികൾ പൊന്നാടക്കസവ് നെയ്തേ
തുമ്പപ്പൂങ്കവിളിൽ പൂന്തേൻനിലാവും പടർന്നേ
മുറ്റത്തെ മാതേരിൽ മാവേലിമന്നൻ വന്നേ
ചിങ്ങപ്പൊന്നഴകിൽ തൂമാനം തറ്റുടുത്തേ
വാസന്തത്തേരേറി ഓണമടുത്തുവന്നേ
പൂമരച്ചില്ലയിൽ കാൽത്തളച്ചന്തവും,
കാതിൽത്തിളങ്ങും കുണുക്കുമിട്ട്,
ഒളിച്ചും, മടിച്ചും പരുങ്ങിനിന്നേ
പൂക്കളമുറ്റത്ത് തുമ്പിതുള്ളാൻ
പൂമണിപൊന്നോണപ്പൂങ്കാറ്റ്.

ഠഠ

25
ഇരുട്ടുകൊട്ടാരം

ഇരുട്ടിന്റെ കൊട്ടാരവാതിൽക്കലെത്രനാൾ
മിഴിവാർത്തു, മൊഴിനേർത്തു ഞാൻ കാത്തിരുന്നു
ഒടുവിലൊരു മിന്നൽപ്പിണരിന്റെ തുമ്പത്തെ
തീനാളമായെന്നിൽ നീ പടർന്നു...

മോഹങ്ങൾ, സ്വപ്നങ്ങൾ സൗഗന്ധികങ്ങളായ്
ഹൃദയമാം മണിവീണ സ്വരസാന്ദ്രമായ്
മൗനവാല്മീകങ്ങൾക്കുള്ളിലെ അരണിയിൽ
പ്രണയത്തിൻ ജ്വാലകൾ ചിതറിവീണു

അഗ്നിയിൽ പൂത്തൊരീ സ്നേഹാർദ്ര സുകൃതങ്ങൾ
മറയില്ല, മണ്ണായി മാറില്ലൊരിക്കലും
കണ്ണോട് കൺനോക്കും താരകളായ് ദൂരെ
ചക്രവാളങ്ങളിൽ തെളിയാമൊരുപക്ഷെ....

○○

26
നീൾമിഴിപ്പൂക്കൾ

ഈന്തപ്പനകൾ കമാനങ്ങൾ തീർക്കുന്ന
നീണ്ടു, നീർവറ്റിയ വഴിയിലൂടെ
നേർത്ത മഞ്ഞിൻശ്ശീല കീറിപ്പകുത്തു-
വെളിച്ചപ്രവാഹത്തെയാഞ്ഞുപുൽകുമ്പൊഴും

ഇന്നും കിനാവിന്റെ ചെപ്പിലാനീൾമിഴി-
പ്പൂക്കൾ പൊന്നോണമായ് പൂവിളിച്ചെത്തുന്നു
ഓർമ്മതൻ പൊൻവയൽതീരത്തു കാത്തുനിൽ-
ക്കുന്നൊരീ ശ്രീയെഴും തുമ്പക്കുടങ്ങളായ്

കൈകുമ്പിളിൽ വീഴും തീർത്ഥാമൃതത്തിലെ
തുളസിക്കതിരിന്റെ നൈർമ്മല്യപുണ്യമായ്
ഇന്നും കിനാവിന്റെ ചെപ്പിലാനീൾമിഴി-
പ്പൂക്കൾ പൊന്നോണമായ് പൂവിളിച്ചെത്തുന്നു

○○

27
പുനർജ്ജനി

യുഗയുഗാന്തര വീഥികൾക്കപ്പുറം
ശിലായുഗ വിജനഗുഹാതടങ്ങളിൽ
ഹിമമുരുകും നെടുവീർപ്പുകളിൽ
പുഴയരികിൽ, പൂവഴിയരികിൽ
എത്രനാളധരം നുകരേ മൊഴിഞ്ഞു നാം
നിലച്ചുപോകുമെന്നാകിലുമൊരുനാൾ
പുനർജ്ജനിക്കുമീകാലപ്രവാഹത്തിൽ

മണ്ണിന്റെയവസാനശ്വാസമനന്തമാം
വിണ്ണിന്റെ മാറിൽ മറയുന്നതിൻമുന്നേ
പുനർജ്ജനി നേടുമൊരാവർത്തികൂടി നാം
അതെന്നാകിലും ഏതുഭൂവിലാണെങ്കിലും
പ്രതിധ്വനിക്കും മൃദുമന്ത്രമായീസ്മൃതി

ഇന്നീ പുനർജ്ജനിക്കരയിലിളവേറ്റു-
കാതോടുകാതോരം മന്ത്രിക്കവേ നിൻ-
ഹൃദയത്തുടിപ്പുനാദത്തിൽ ഞാനറിയുന്നു
യുഗയുഗാന്തര മാറ്റൊലിപ്പാടുകൾ!

○○

28
ഇരുളോർമ്മകൾ

നിൻ ഹൃദയതീരത്തെ
തേടിയണഞ്ഞൊരെൻ
ചിപ്പിത്തന്നുള്ളിലെ
പ്രണയത്തിളക്കത്തി-
നെത്ര കടലാഴമൗന-
വാല്മീകത്തിൻ
നെടുവീർപ്പുറഞ്ഞതാം
രാവോർമ്മകൾ!

കൂരിരുൾ പെയ്തിന്റെ
ക്രൂരമ്പുനോവിനാൽ
ശിലയായി മാറിയൊ-
രോർമ്മത്തിളക്കങ്ങൾ!

○○

29
മൗനക്കുടിൽ

ചുടുകാറ്റിലുലഞ്ഞുവീണും
പതറിയിടറിയേറെ നടന്നും
പൊഴിയുന്നീ ദിനാന്ത്യത്തിൽ
ഇരുൾമൂടിയ ഹൃത്തടത്തിൽ

മൗനമെഴുകിൻ തിരിപോലും
ഉരുകിയൊഴുകിയിരുളിൽ വീഴവേ...
ഇരുവരിയിലെ ഈണമായ്
സാന്ത്വനസുഖതാളമായ്

ആനന്ദരാഗമായ്
സ്വരമായ്...
സുഖമായ്..
തണലായ്..
കാറ്റായ്...
മഴയായ്....
നീ വന്നൂ....

എൻ മനക്കുടിലിൽ...
മൗനക്കുടിലിൽ....
നീ വന്നൂ....
നീ വന്നൂ....

30
വെളിച്ചക്കാഴ്ചകൾ

പ്രകാശവലയങ്ങളോടുള്ള എന്റെയിഷ്ടത്തിന്
ഓർമവെച്ച നാൾ മുതലുള്ള പഴക്കമുണ്ട്.
രാവിലെ മുറ്റത്ത് സൂര്യവെളിച്ചം വീഴുംമുന്നേ
അടുക്കളപ്പുറത്തെ അടുപ്പിനരികെ
തീനാളങ്ങളുടെ നൃത്തവിന്യാസങ്ങളെ
സാകൂതം നോക്കിയിരുന്ന കുട്ടിഞാനും,
നിലവിളക്കിലെ എരിയുന്ന തിരിയിലേക്ക്
നോക്കിയിരിക്കുന്ന ഇന്നത്തെ ഞാനും തമ്മിൽ
പലതിലും വലിയ അന്തരമൊന്നുമില്ല.

പ്രകാശത്തിന്റെ സൗന്ദര്യവലയങ്ങൾ അന്നുമിന്നും
പതിയുന്നത് മനസ്സിന്റെ ആഴങ്ങളിൽത്തന്നെ!

ഓടിന്റെ വിടവിലൂടെ, കണ്ണാടിയോടിലൂടെ
അടുക്കളയ്ക്കകത്തേയ്ക്ക് വീഴുന്ന വെളിച്ചത്തിൽ
തിളങ്ങുന്ന അടുപ്പിൻപ്പുകക്കാന്തിവലയങ്ങൾ!
ഇരുട്ടിനോട് പൊരുതി വെളിച്ചം പരത്തുന്ന
മണ്ണെണ്ണവിളക്കുകളുടെ പ്രകാശത്തുരുത്തുകൾ,
നിലാവിനെ കുമ്പിളിലൊതുക്കുന്ന തൊടിയിലെ
ചേമ്പിലത്തിളക്കം;

മഴമേഘങ്ങൾക്കിടയിലൂടെ ഒളിച്ചൂർന്നിറങ്ങി,
സ്വർണാഭ വിതച്ചുമായും സാന്ധ്യകിരണങ്ങൾ..
അങ്ങനെയങ്ങനെ എണ്ണിയാലൊടുങ്ങാത്ത
എത്രയെത്ര വെളിച്ചക്കാഴ്ചകൾ..
നിറമുള്ള, മണമുള്ള ഓർമ്മത്തെളിച്ചങ്ങൾ!

○○

31
നാട്ടിലെവിടെ?

അതിരുകൾതാണ്ടി
അനന്തമാം ലോകത്തിൽ
കതിരുകൾ, തീരങ്ങൾ
തേടിയലയുന്ന
മലയാളമണമോലും
കേരതീരത്തിന്റെ-
യരുമക്കിടാങ്ങൾ
മലയാളിമക്കൾ!

ദൂരങ്ങളിൽച്ചെന്നു-
രാപ്പാർക്കവേയൊരു
നെടുവീർപ്പുതാളത്തിൽ-
പ്പോലും പരസ്പര-
മറിയുന്നു; നേരെയാ-
ച്ചോദ്യമങ്ങെറിയുന്നു,
മലയാളിയാണല്ലേ?!

തിരിച്ചൊരു ചോദ്യം;
അതാണതിന്നുത്തരം!
നാട്ടിലെവിടെ?!

പൊടുന്നനെ കണ്ണിലൊരോണത്തിളക്കം;
മനസ്സിലോ തായമ്പകപ്പെരുക്കങ്ങളും
ഒരുചോദ്യമിരുചോദ്യമായിത്തുടങ്ങയായ്
പണ്ടേ അയൽപക്കമാണുനാമെന്നപോൽ!

മലയാളമേ നിന്റെ പൈമ്പാലുറുഞ്ചിയ
മനമെങ്ങുപോയാലുമറിയുന്നു നിൻമാറിൻ
ചൂടും, മണവുമാ നിശ്വാസവീചിയിൽ!
പാട്ടും തുടിയുമാഹൃദയതാളങ്ങളിൽ!

○○

32
പ്രണയചിന്തകൾ

ശരിയായ പ്രണയമൊരിക്കലും വെറുമൊരു
വികാരതരളിതവിചാരമല്ല.

നിത്യനിതാന്ത സഹയാത്രികനാണത്,
അന്തരാളത്തിലെ തീസൂര്യനാണത്
ഭയക്കണം അലയാഴിയാഴങ്ങൾ തൊട്ടൊരാ
പ്രണയങ്ങളെ;
കൊടുങ്കാറ്റിന്നകങ്ങളിൽ ശാന്തമായെരിയുന്ന
ചെറുമൺചെരാതിനെ

നിശബ്ദ-നിരാകാരമായൊരാ പ്രണയങ്ങൾ
ഭൂമിയാകാശങ്ങളെ കീഴ്മേൽ മറിച്ചേക്കാം
ആ പ്രണയങ്ങൾക്കൊരിക്കലും നൈരാശ്യ-
ക്കയങ്ങളിൽ പ്രാണനൊടുക്കാനുമാവില്ല
പരാതികളില്ലതിന്, പരിദേവനങ്ങളും....
ഒരു മരമായ് പടരാനായില്ലെങ്കിലും

മണ്ണിലുറഞ്ഞൊരു വിത്തായ് പോലും
വേരിൻതുമ്പിലെ നനവായ് പോലും,
ഉള്ളിലുറങ്ങി മിടിക്കുമതോരോ
പുതുമഴനനവിലും പൊട്ടിമുളക്കാൻ

ആത്മബലത്തിന്നാൽ മരവേരുകൾ
ആഞ്ഞുതറഞ്ഞ തപശ്ശിലയെ
ഭവാനുപോലും തിരുതൃക്കണ്ണാലെ
കാണാതൊഴിയാനാവില്ല.

○○

33
ജാലകവാതിലിനപ്പുറം

ജാലകവാതിലിനപ്പുറം പച്ചപ്പിൻ
കൊച്ചുതുരുത്തിത്, പട്ടണനടുവിത്
എന്റെ നാട്ടിൻപ്പുറത്തോർമകൾ പൂക്കുന്ന
മണ്ണിന്റെ മണമോലും ഹരിതാഭത്തുണ്ടിത്...

മഴ തോർന്നു കാനൽ ജലമിറ്റി വീഴുമ്പോൾ
കുയിലമ്മപ്പെണ്ണേ നീ ആരെത്തേടുന്നു...
എന്റെ സ്വപ്നങ്ങളെ കട്ടെടുത്തും കൊണ്ട്..
ആർക്കു നീ കൂവുന്നീ തേനൂറും പാട്ടുകൾ?

മുളംകുഴൽ തട്ടിയുണർത്തിയീ കാറ്റേതോ
കഥയുടെ ചുരുളഴിച്ചെന്നെ പുണരവെ
കുസൃതിക്കുറുമ്പാലെ അണ്ണാൻക്കുഞ്ഞേ നീ
ചിലുചിലെ കലമ്പിക്കൊണ്ടോടുന്നതെന്തേ?

പച്ചപ്പനംതത്തേ ആരാണുനിന്നെ
സ്വകാര്യം പറഞ്ഞെന്റെ ചാരത്തയച്ചു?
ഞാനും വരട്ടെയെൻ സ്വപ്നച്ചിറകേറി
കൂടൊന്നുകൂട്ടി കൂട്ടൊന്നു കൂടാൻ?

○○

34
എല്ലാമൊരു കഥ

അവനുമവളും ഒന്നായപ്പോൾ
നാട്ടാരും, വീട്ടാരും പറഞ്ഞു
'മേഡ് ഫോർ ഈച്ച് അദർ'
മുത്തശ്ശിമാരവരെ
രാമനും, സീതയുമാക്കി
പെണ്ണിന്റമ്മ പറഞ്ഞു...
'ഇനി നീയവന്റേത്...'
ചെക്കന്റമ്മ പറഞ്ഞു
'അവളിനി നിന്റേത്'
അവനവളുടെ കാതിലോതി,
'ഇനി നമ്മളൊന്ന്...'
പേടിച്ചരണ്ട പേടമാൻപോലെ
അവൾ പറഞ്ഞു,
'വിട്ടുപോവല്ലേയൊരിക്കലും'
തിരുനെറ്റിയിലൊരു മുത്തമിട്ടവൻ
പറഞ്ഞു 'നീയാണെന്റെലോകം'
അവന്റെ വാഗ്മയത്തിൽ, മെയ്ക്കരുത്തിൽ
അവളവന്റെ മാറോട് ചേർന്നുറങ്ങി

ശരിക്കുമാരാണീ അവനും അവളും?
ശരിക്കുമവർ ഈ പറഞ്ഞതൊന്നുമല്ല,
ശരിക്കുമവർ രണ്ട് കഥകളാണ്;
വ്യത്യസ്തമായ അവസാനങ്ങളുള്ള
രണ്ട് കഥകൾ!

എങ്കിലുമെവിടെയൊക്കെയോ
ചില രംഗങ്ങളിൽ അവരൊന്നാകുന്നു,
ഒരു കഥയിൽ മറ്റൊരു കഥ കഥാപാത്രമാകുന്നു;
പക്ഷെയവർ രണ്ട് കഥകളാണ്.

കാലത്തിന്റെ പുകച്ചുമരിൽ എഴുതപ്പെട്ട
രണ്ട് കഥകൾ.
പ്രപഞ്ചസൃഷ്ടാവ് വെട്ടിയും, തിരുത്തിയും
നീട്ടിയും, കുറുക്കിയുമെഴുതുന്ന കഥ!
മഷിതീരുമ്പോൾ അപൂർണ്ണമായി
നിർത്തപ്പെടുന്നൊരു കഥ!

കഥ തീർന്നാലും, ചില കഥകൾ
കാലച്ചുമരിൽ കുറച്ചധികം കാലം
വായിക്കപ്പെടാം...
ചിലകഥകൾ; അങ്ങിനെയൊരെണ്ണം
കാലമെഴുതിയ കഥപോലും
ആരാലുമറിയാതെ പോകാം.

അപ്പോഴവൾക്കവനും അവനവളുമാര്?
അവളുടെ ജീവിതത്തിലവൻ
കാലം കുറിക്കുന്നൊരു കഥാപാത്രം,
നായകന്റെ; അല്ലെങ്കിൽ
നായകപ്രതിനായക വേഷങ്ങൾ
മാറിമാറിക്കെട്ടിയാടുന്നൊരു
ദ്വിമാനമുഖനടന്റെ!

അവനവളോ?
കാലം കൊടുത്ത കുങ്കുമം പേറി
അവന്റെ നിഴലായ നായിക;
അല്ലെങ്കിൽ,
നിഴൽപ്പാടിലവനെക്കുരുക്കിയ
പ്രതിനായിക!

ഇനിയുമാവാം പലർക്കും പലതും പരസ്പരം!

അവന്റെയും, അവളുടെയും, അവരുടെയും
കഥ തുടരുന്നു;
പേനകളിലെ മഷിത്തുള്ളികളുടെ
അളവുകളറിയാതെ....

കഥ തുടരുന്നു....
മഷി തീരുവോളം;
മഷിതീർന്ന പേനയിൽ
മരണം മണക്കുന്നു,
മണ്ണോടു ചേരുന്നു.

○○

35

ചില ചില്ലറക്കാര്യങ്ങൾ!

ഹൃദയമിടിപ്പിന്റെ സമയരഥത്തട്ടിൽ
കാലമാം പാതകൾ താണ്ടിപ്പറക്കവേ
കേൾക്കുകീച്ചില്ലറക്കാര്യങ്ങൾ ഒട്ടുമേ-
ചേതമില്ലാതെ മനസ്സിൽ കുറിക്കുക!

നന്മകൾ നമ്മിലനേകമുണ്ടാകിലും
വിവേകച്ചരടിലെ മുത്തുമണികളായ്
ക്ഷമയോടെയങ്ങ് കൊരുക്കാതിരുന്നീടിൽ
എല്ലാമുരുണ്ടങ്ങുപോയിടും നിശ്ചയം!

36
ഒറ്റ

ഒറ്റയ്ക് നടത്തേണ്ട യാത്രകൾ
ഒറ്റയ്ക്കുതന്നെ നടത്തണം

ഒറ്റയ്ക്കുറങ്ങേണ്ടിടത്ത്
ഒറ്റയ്ക്കുറങ്ങണം

ഒറ്റയ്ക്കുണ്ണേണ്ടിടത്ത്
ഒറ്റയ്ക്കുണ്ണണം

ഒട്ടുമതിനായില്ലെങ്കിൽ
ഒറ്റപ്പെട്ടുപോവും!

ഒറ്റശ്വാസത്തിലൊടുങ്ങുമ്പോൾ
ഒറ്റയ്ക്കല്ലാതെ മറ്റെന്ത്?

OO